# A Word with the Elders

We are pleased to publish Vikas Marathi Primer for the students of English Medium Schools. Since the modern techniques of language-learning are employed in this book, it is necessary to spell out the objectives with which it has been structured. This would enlighten the parents and the teachers over the scope of the book, as also the methodology to be adopted for quick and gainful results.

Students learn languages through five processes, viz., listening, reading, writing, comprehension and expression. As the students in Maharashtra live in the Marathi-speaking environment, they can get adequate listening experience. However, loud reading of the lessons will acquaint them more with the basic words used in their everyday life. The first ten lessons are compiled with this objective.

In Marathi, it is very easy to give reading experience to the students. Unlike English (in which the knowledge of both the spelling and phonetics is required to pronounce a word) the pronunciation of words in Marathi is in conformity with the pronunciation of the letters or characters which form the words. In the first few pages of the book, wherein we have displayed the alphabets in the pictorial form, we have taken care to introduce the pronunciation of the letters by giving equivalent words in English with similar pronunciation. All characters of letters in Marathi are covered in the first twenty two lessons and the entire बाराखडी (denoting twelve characters of each letter) is given thereafter.

Graded exercises are given under each lesson from lesson 11 onwards. The exercises in the initial stages comprise recognition of letters, writing simple words, formation of known words from the jumbled letters, meaning of English words into Marathi and vice versa. At a later stage, questions testing comprehension are given in the form of questions requiring one-word answers, formation of sentences of two or three words from the given words, etc. However, we feel that at this stage original composition should not be expected from the students who are just getting acquainted with the language. Also, no compound characters (जोडाक्षरे) have been introduced in this book, which contains only a restricted vocabulary of everyday use.

The glossary given under each chapter, it is hoped, will be of immense use to the students. Also, every lesson being brightly illustrated, it will become not only instructive but attractive as well.

We hope and trust that this novel endeavour of introducing a new language will receive wide patronage from the schools. Suggestions for the further improvement in the quality and utility of the book are always welcome.

— Publishers

## CONTENTS

|   |   |   |   |
|---|---|---|---|
| * | मूळाक्षरे | (The Alphabet) | ५ |
| १. | बस | (A Bus) | १० |
| २. | घर | (A House) | ११ |
| ३. | कमळ | (A Lotus) | १२ |
| ४. | या, या | (Welcome) | १३ |
| ५. | आपला धडा | (Our Lesson) | १४ |
| ६. | शाळा | (A School) | १५ |
| ७. | बाळ | (A Child) | १६ |
| ८. | चिमणी | (A Sparrow) | १७ |
| ९. | आई | (Mother) | १८ |
| १०. | भाजी | (Vegetables) | १९ |
| ११. | मुरलीवाला | (A Piper) | २० |
| १२. | ऊस | (Sugarcane) | २१ |
| १३. | गंमत जंमत | (Fun and Frolic) | २२ |
| १४. | पाऊस | (Rain) | २३ |
| १५. | भारत | (India) | २४ |
| १६. | जेन | (Jane) | २५ |
| १७. | पैज | (A Bet) | २६ |
| १८. | सैनिक | (A Soldier) | २७ |
| १९. | ओहळ | (A Brook) | २८ |
| २०. | माझे अवयव | (Parts of My Body) | २९ |
| २१. | हौद | (A Tank) | ३० |
| २२. | दौलतचा गौरव | (Felicitation of Daulat) | ३१ |
| २३. | बाराखडी | (The Characters of Letters) | ३२ |
| २४. | मी | (I) | ३४ |
| २५. | माझा वाढदिवस | (My Birthday) | ३५ |
| २६. | झेंडावंदन | (Flag Salutation) | ३६ |
| २७. | राम | (Ram) | ३७ |
| २८. | थोर पुरुष | (Great Men) | ३८ |
| २९. | शहाणे बकरे | (Wise Goats) | ३९ |
| ३०. | लपंडाव | (Hide and Seek) | ४० |
| ३१. | दसरा | (Dasera) | ४१ |
| ३२. | देवाचे देणे | (A Gift from the God) | ४२ |
| ३३. | नाच रे मोरा | (Dance, Peacock Dance) | ४३ |
| ३४. | मुलाची मागणी | (A Child's Demand) | ४४ |
| ३५. | अंकांचा खेळ | (Fun with Numbers) | ४५ |
| ३६. | ओळख | (Acquaintance) | ४६ |
| ३७. | बाजारहाट | (Marketing) | ४७ |
| ३८. | सहल | (A Picnic) | ४८ |

# मुळाक्षरे (The Alphabet)

अननस

अ (Pronounced like **u** in **us**)

(Pineapple)

आगगाडी

आ *(like **a** in **arm**)

(Train)

इमारत

इ (like **i** in **it**)

(Building)

ईर्डलिंबू

ई (like **ea** in **easy**)

(Lemon – large)

उशी

उ (like **u** in **Uttar Pradesh**)

(Pillow)

ऊस

ऊ (like **oo** in **Ooze**)

(Sugarcane)

एक

ए (like **e** in **egg**)

१

(One)

ऐरण

ऐ (**ai**)

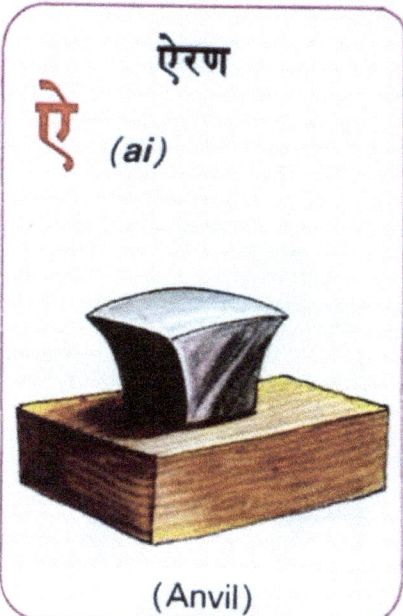

(Anvil)

ओढा

ओ (like letter **O** )

(Brook)

* The word 'pronounced' is dropped hereafter for abbreviation.

| | | |
|---|---|---|
| औषध<br>औ *(like ou in out)*<br>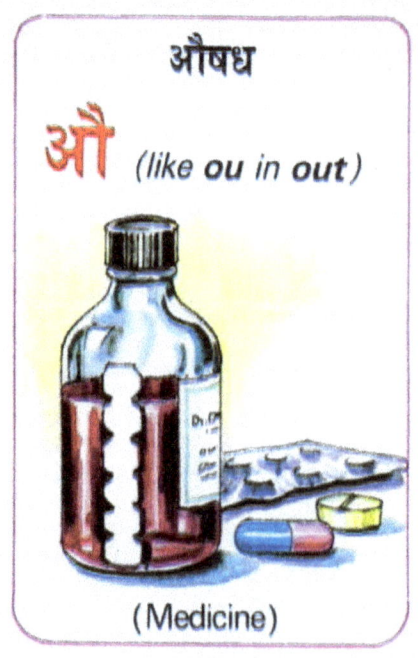<br>(Medicine) | अंडे<br>अं *(like um in umbrella)*<br><br>(Egg) | कमळ<br>क *(like c in cup)*<br><br>(Lotus) |
| खडू<br>ख *(like kh in kho-kho)*<br>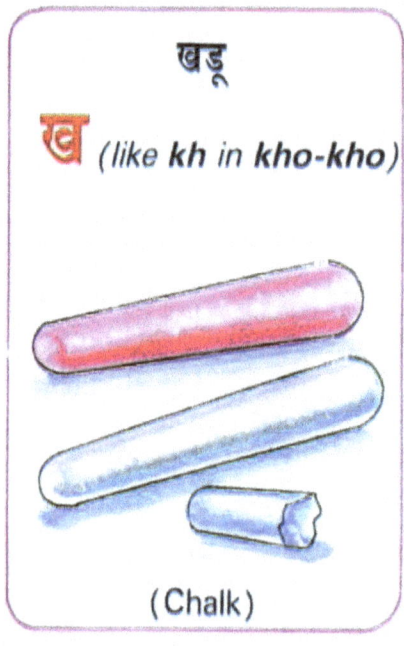<br>(Chalk) | गवत<br>ग *(like g in gun)*<br><br>(Grass) | घर<br>घ *(like gh in ghee)*<br><br>(House) |
| चमचा<br>च *(like ch in church)*<br>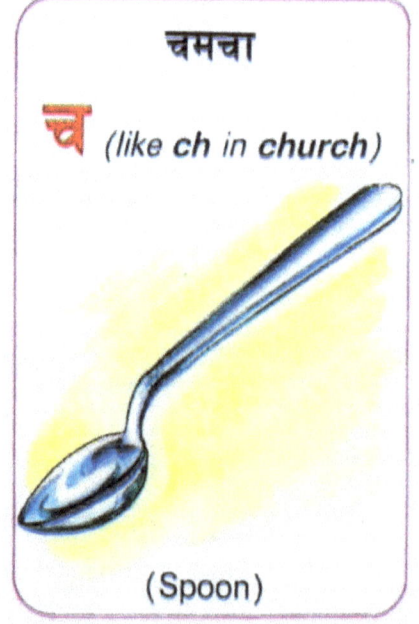<br>(Spoon) | छत्री<br>छ *(like Chh in Chhatrapati)*<br>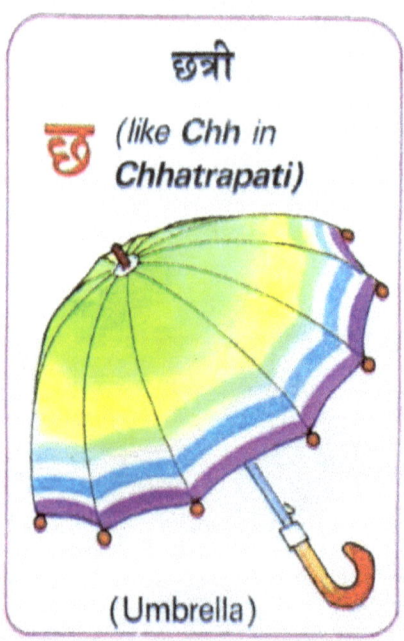<br>(Umbrella) | जहाज<br>ज *(like j in jug)*<br><br>(Ship) |

| झगा | टपालपेटी | ठसा |
|---|---|---|
| झ *(like z in zebra)* | ट *(like t in tub)* | ठ *(like th in thug or Thane)* |
|  |  |  |
| (Gown) | (Letter box) | (Stamp) |

| डफ | ढग | बाण |
|---|---|---|
| ड *(like d in dust)* | ढ *(dh)* | ण *(like n in under)* |
|  |  |  |
| (A musical instrument) | (Cloud) | (Arrow) |

| तराजू | थवा | दरवाजा |
|---|---|---|
| त *(like t in the Tajmahal)* | थ *(like th in thunder)* | द *(like the in father)* |
|  |  |  |
| (Balance) | (Group) | (Door) |

| धनुष्य<br>ध *(like th in this)*<br>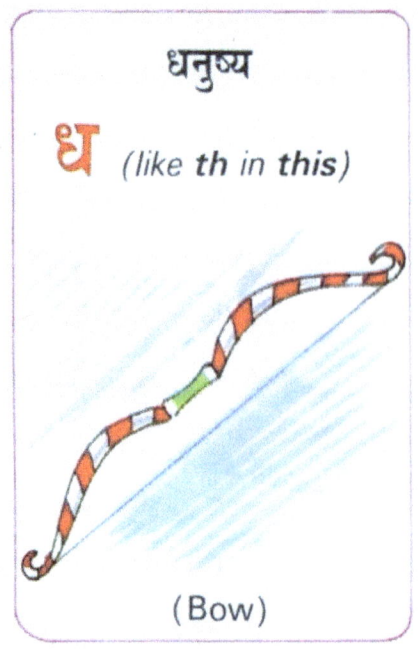<br>(Bow) | नळ<br>न *(like n in nut)*<br><br>(Tap) | पतंग<br>प *(like p in purse)*<br>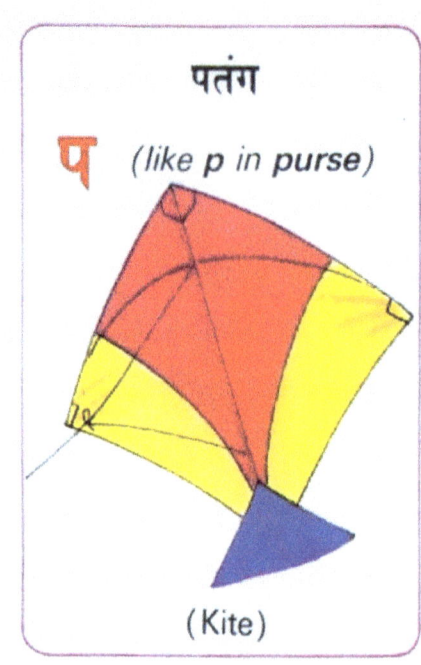<br>(Kite) |
|---|---|---|
| फळा<br>फ *(like f in fur)*<br><br>(Blackboard) | बदक<br>ब *(like b in but)*<br><br>(Duck) | भगवान<br>भ *(like bha in Bhagawan)*<br><br>(God) |
| मगर<br>म *(like m in money)*<br><br>(Crocodile) | यती<br>य *(like y in yes)*<br><br>(Sage) | रवी<br>र *(like r in run)*<br><br>(Sun) |

| | | |
|---|---|---|
| लसूण | वजने | शहामृग |
| **ल** *(like l in luck)* | **व** *(like w in work)* | **श** *(like sh in shirt)* |
|  |  |  |
| (Garlic) | (Weights) | (Ostrich) |
| षट्कोन | ससा | हरण |
| **ष** *(sh)* | **स** *(like s in sun)* | **ह** *(like h in hut)* |
| 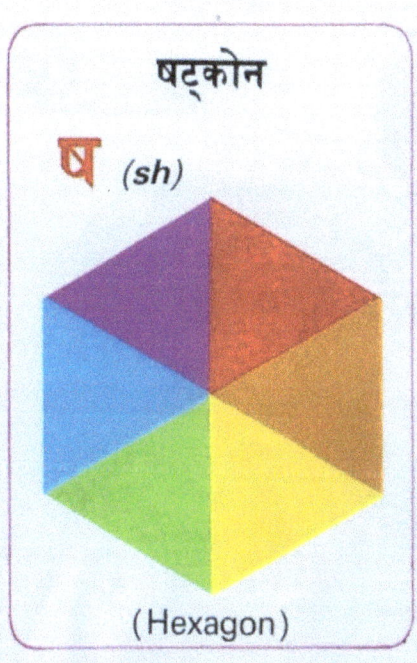 |  |  |
| (Hexagon) | (Hare) | (Deer) |
| बाळ | क्ष-किरण | यज्ञ |
| **ळ** *(l)* | **क्ष** *(like cksh in auto-rickshaw)* | **ज्ञ** *(dnya)* |
|  | 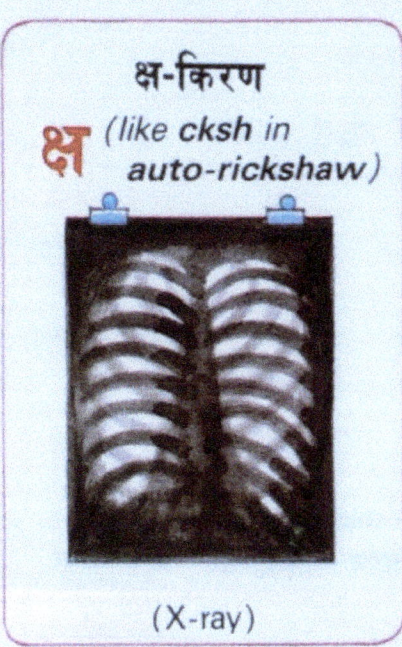 |  |
| (Child) | (X-ray) | (Sacrifice) |

# १. बस (A Bus)

| | | | | | | | | |
|---|---|---|---|---|---|---|---|---|
| ब | घ | अ | म | र | स | च | ल | ध |

बघ, बघ, बघ.
अमर, बस बघ.
चल, चल, चल.
अमर, चल.
बस बघ.
बस धर.

**Read and say :**

| | | | | |
|---|---|---|---|---|
| अमर | बस | बघ | धर | चल |

| | | | | | |
|---|---|---|---|---|---|
| मध | घर | रस | बस | चर | बल |
| रबर | मलम | घसर | सरल | अचल | समर |

**Glossary**

**बघ**–look; **चल**–come; **धर**–catch; **मध**–honey; **घर**–house; **रस**–juice; **बस**–sit; **चर**–graze; **बल**–strength; **मलम**–ointment; **घसर**–slide.

## २. घर (A House)

| क | भ | त | ह | न | प | ट | ज | व | झ |

कमल, घर बघ.
भरत, घर बघ.
हसन, घर बघ.
कमल, पटपट घर सजव.
भरत, झटपट घर सजव.
हसन, घर झकपक कर.

**Read and say :**

| कमल | भरत | हसन | सजव | पटपट | झटपट | झकपक | कर |

| मन | धन | जन | नट | भजन | वजन |
|---|---|---|---|---|---|
| नमन | पटकन | अननस | झटकन | भरभर | अहमद |

**Glossary**

सजव–decorate; कर–do; पटपट, झटपट, झटकन, पटकन, भरभर–quickly; झकपक–clean and tidy; मन–mind; धन–wealth; जन–people; नट–actor; भजन–devotional song; वजन–weight; नमन–bowing; अननस–pineapple.

## ३. कमळ (A Lotus)

| छ | ग | ळ | ड | य | आ | ण | द | श | थ |

छगन, पळ.
लवकर पळ.
कमळ पकड.
नयन, कमळ आण.
रमण, कमळ बघ.
दशरथ, कमळ बघ.

**Read and say :**

| छगन | रमण | नयन | दशरथ | कमळ | पळ | आण | लवकर |

| शहर | बदक | वरण | दगड | गडद | गगन |
|---|---|---|---|---|---|
| दशक | शतक | गणपत | चळवळ | दणकट | दगदग |

**Glossary**

पळ – run; लवकर – quickly; आण – bring; शहर – city; बदक – duck; वरण – pulse broth; दगड – stone; गडद – dark; गगन – sky; दशक – a set of ten; शतक – century; चळवळ – movement; दणकट – sturdy; दगदग – exertion.

## ४. या, या (Welcome)

| | | ऊ | ठ | फ | ख | | | | |
|---|---|---|---|---|---|---|---|---|---|
| अ–आ | य–या | म–मा | जा | णा | वा | रा | चा | खा | |

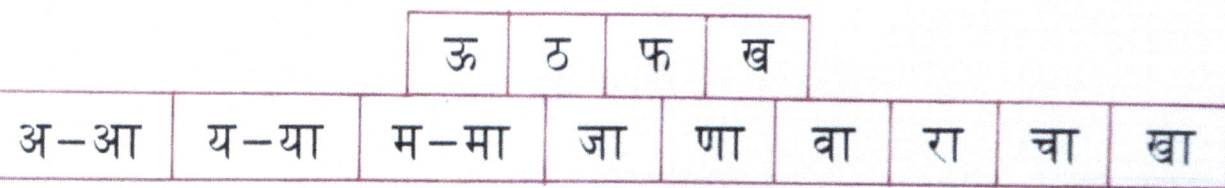

या, या.
मामा, या.
रमा, ऊठ. जाजम पसर.
रामा, शमा, फणस आणा.
खवा आणा.
मामा, बसा. खवा खा.
फणसाचा गरा खा.

**Read and say :**

| मामा | जाजम | फणस | खवा | गरा | या | खा | आणा | ऊठ |
|---|---|---|---|---|---|---|---|---|

| वारा | चारा | वास | जाड | राजा | दया |
|---|---|---|---|---|---|
| माया | माठ | साखर | फराळ | फवारा | आरसा |

### Glossary

मामा – uncle;  जाजम – carpet;  फणस – jack-fruit;  खवा – solid condensed milk;
गरा – bulk of jack-fruit;  या – come;  खा – eat;  आणा – bring;  पसर – spread;  ऊठ – get up;
वारा – wind;  चारा – grass;  वास – smell;  जाड – thick;  राजा – king;  दया – pity;
माया – affection;  माठ – an earthen pot;  साखर – sugar;  फराळ – snacks;  फवारा – spray;
आरसा – mirror.

# ५. आपला धडा (Our Lesson)

| उ | ष | हा | ला | गा | डा | का | षा |

हा आपला धडा.
हा गावसकरचा धडा.
हा षटकाराचा धडा.
क्षमा, धडा वाच.
उमा, उषा, धडा वाचा.
जाजमावर बसा व वाचा.

**Read and say :**

| हा | आपला | धडा | गावसकरचा | षटकाराचा | क्षमा |

| उमा | उषा | व | वाच | वाचा |

| काल | आज | चणा | डाळ | हात | पाय |
| गाय | वाघ | लाल | कागद | खारट | गायन |

**Glossary**

हा – this;  आपला – our;  धडा – lesson;  षटकार – sixer;  वाच – read;  काल – yesterday;
व – and;  आज – today;  चणा – gram;  डाळ – split pulse;  हात – hand;  पाय – leg;
गाय – cow;  वाघ – tiger;  लाल – red;  कागद – paper;  खारट – salty;  गायन – singing.

# ६. शाळा (A School)

| | | | | | | | | |
|---|---|---|---|---|---|---|---|---|
| ज्ञ | ढ | शा | ळा | घा | झा | दा | ना | छा |

या, या. शाळा बघा.
वामन, रामन, बाक झाडा.
छाया, दया, बाकावर बसा.
हा आमचा फळा.
दादा, नाना, फळा साफ करा.
रामन, ळ, क्ष, ज्ञ काढ.

**Read and say :**

| | | | | | |
|---|---|---|---|---|---|
| शाळा | बाक | छाया | फळा | झाडा | साफ करा |
| दादा | नाना | काढ | वामन | रामन | |

| | | | | | |
|---|---|---|---|---|---|
| काळा | पाळा | गाळा | मळा | कापा | काटा |
| टाका | काम | कारण | अज्ञान | आकाश | खटारा |

**Glossary**

**बाक**–bench; **फळा**–blackboard; **झाडा**–sweep; **साफ करा**–clean; **काढ**–write; **काळा**–black; **पाळा**–keep; **गाळा**–filter; **मळा**–farm; **कापा**–cut; **काटा**–thorn; **टाका**–throw; **काम**–work; **कारण**–reason; **अज्ञान**–ignorance; **आकाश**–sky; **खटारा**–bullockcart.

# ७. बाळ (A Child)

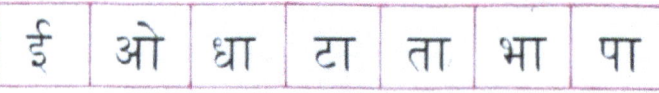

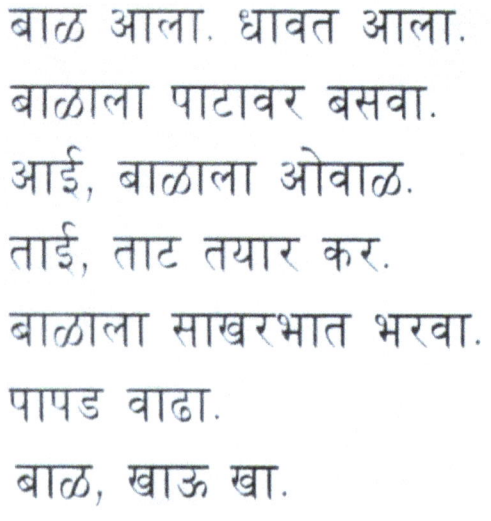

| | | | | | | |
|---|---|---|---|---|---|---|
| ई | ओ | धा | टा | ता | भा | पा |

बाळ आला. धावत आला.
बाळाला पाटावर बसवा.
आई, बाळाला ओवाळ.
ताई, ताट तयार कर.
बाळाला साखरभात भरवा.
पापड वाढा.
बाळ, खाऊ खा.

**Read and say :**

| | | | | | |
|---|---|---|---|---|---|
| बाळ | आई | ताई | ताट | पाट | पापड |

| | | | | |
|---|---|---|---|---|
| साखरभात | खाऊ | धावत आला | तयार कर | ओवाळ |

| | | | | | |
|---|---|---|---|---|---|
| नाक | कान | मान | पाठ | झगा | शाल |
| हार | चहा | पाळणा | आसन | शासन | सरकार |

**Glossary**

**आई**–mother; **ताई**–sister; **ताट**–dish; **पाट**–wooden seat; **खाऊ**–eatables; **साखरभात**–sweet rice; **धावत आला**–came running; **ओवाळ**–perform the religious ceremony with lamps; **भरवा**–feed; **वाढा**–serve; **नाक**–nose; **कान**–ear; **मान**–neck; **पाठ**–back; **झगा**–gown; **शाल**–shawl; **हार**–garland; **चहा**–tea; **पाळणा**–cradle; **आसन**–seat; **शासन, सरकार**–government.

# ८. चिमणी (A Sparrow)

| ए | ऐ | अं | अ—इ | च—चि | अ—ई | ण—णी |
|---|---|---|---|---|---|---|

| भि | फि | टि | णि | ली | टी |
|---|---|---|---|---|---|

चिवचिव चिमणी.
अंगणात आली.
ऐटीत बसली.
भिरभिर फिरली.
एक, एक दाणा टिपला
आणि आभाळात उडाली.

**Read and say :**

| चिमणी | चिवचिव | अंगणात | आणि | ऐटीत | भिरभिर |
|---|---|---|---|---|---|
| आली | बसली | फिरली | टिपला | उडाली | |

| राणी | पाणी | शिटी | भिक्षा | शहाणी | बरणी |
|---|---|---|---|---|---|
| झाकणी | भिकारी | थकली | एकटी | हसली | पळाली |

---

### Glossary

अंगण–courtyard; आणि–and; ऐटीत–stylishly; भिरभिर–here and there; फिरली–hopped about; एक–one; दाणा–grain; टिपला–picked up; आभाळ–sky; उडाली–flew; राणी–queen; पाणी–water; शिटी–whistle; भिक्षा–alms; शहाणी–wise; बरणी–jar; झाकणी–lid; भिकारी–beggar; थकली–got tired; एकटी–alone; हसली–laughed; पळाली–ran away.

## ९. आई (Mother)

| ति | झी | मी | ची | ही | ती | जी | गी | वी | की | री |

ही माझी आई.
ही पमीचीही आई.
भात, चपाती, भाजी,
चटणी, आमटी, दही.
आई गीत गाई
आणि चपाती भरवी.
मी तिचा लाडका हरी.
पण पमी तिची लाडकी खरी.

**Read and say :**

| आई | चपाती | चटणी | आमटी | भाजी | दही |
| माझी | तिची | खरी | गाई | भरवी |

| दिवा | समई | पणती | पीटर | खीर | जिलबी |
| मलई | मीना | बिछाना | रिक्षा | रिकामा | सीमा |

**Glossary**

माझी – my; भाजी – vegetables; आमटी – curry; दही – curds; तिचा, तिची – her; लाडका, लाडकी – pet, favourite; खरी – real; गाई – sings; भरवी – feeds; दिवा – lamp; समई – a type of brass lamp; पणती – an earthen lamp; मलई – cream; बिछाना – bed; रिक्षा – rickshaw; रिकामा – empty.

## १०. भाजी (Vegetables)

| हि | मि | पि | शि | जी | वी | ची | ळी | डी | री |

काल मी पाहिली,
बाजारात भाजी.
हिरवा पालक, हिरवी मिरची,
पिवळी काकडी, लाल गाजर.
ताजी भाजी, घरी आणली.
चिरली, शिजवली आणि वाढली.
भाजी, भाकरी छान झाली.

**Read and say :**

| हिरवी | मिरची | पिवळी | काकडी | ताजी |
|---|---|---|---|---|
| झाली | आणली | चिरली | शिजवली | वाढली |

| मीठ | पीठ | वाटी | भजी | इडली | काकी |
|---|---|---|---|---|---|
| मामी | मावशी | निळी | भगवी | पिशवी | भाजली |

**Glossary**

बाजार – market; मिरची – chillies; काकडी – cucumber; हिरवा, हिरवी – green; पिवळी – yellow; गाजर – carrot; ताजी – fresh; पाहिली – saw; आणली – brought; चिरली – cut; शिजवली – cooked; वाढली – served; मीठ – salt; पीठ – flour; काकी, मामी, मावशी – aunt; निळी – blue; भगवी – saffron; पिशवी – bag; भाजली – roasted.

# ११. मुरलीवाला (A Piper)

| उ–उं | अ–उ | म–मु | धु | बु |
|---|---|---|---|---|
| अ–ऊ | व–वू | लू | णू | |

आला, आला मुरलीवाला.
मुरलीचे सूर घुमवू लागला.
उंदीर, घुशी नाचू लागती.
मुरलीपाठी धावू लागती.
सूर मधुर नदीकिनारी घुमती.
उंदीर, घुशी नदीत शिरती.

**Read and say :**

| मुरली | मुरलीवाला | सूर | घुमती | उंदीर | धावू लागती | नाचू लागती |
|---|---|---|---|---|---|---|
| तू | तुझा | पाऊस | पूजा | पाहुणा | बाहुली | लाकूड | बुडाला | गुळगुळीत |

### Exercises

1. Circle the letters क, ख, ग, घ in the following :
   (1) घ सा (2) क म ळ (3) ग र म (4) ख टा रा (5) प ट क न (6) बा ग वा न
   (7) वा घ.

2. Circle the letters अ, आ, इ, ई in the following :
   (1) आ का श (2) अ क्ष र (3) स म ई (4) इ ड ली (5) अ ज्ञा न (6) ता ई
   (7) आ र ती.

3. Write each of the following words thrice :
   (1) वन (2) कर (3) टब (4) रस (5) आठ (6) घर (7) धर (8) मध (9) बस.

### Glossary

मुरली – flute; सूर – tune; घुमवू लागला – started ringing; उंदीर – mouse; घूस – rat; नाचू लागती – danced; धावू लागती – ran; नदीकिनारी – on the river bank; मधुर – sweet; जणू – as if; तू – you; तुझा – your; पूजा – worship; पाऊस – rain; पाहुणा – guest; बाहुली – doll; लाकूड – wood; बुडाला – sank; गुळगुळीत – smooth.

## १२. ऊस (Sugarcane)

| उ–उं | ता–तां | बा–बां | पू | गू | धू | खू | हू |

उसाचा मळा पाहूया चला.
उंच, हिरवा, तांबडा ऊस.
ऊस कापून खाऊया.
उसाचा रस पिऊया.
पिवळा गूळ चाखूया.
बांधून घरी आणूया.

**Read and say :**

| उंच | तांबडा | बांधून | गूळ | कापून | खाऊया | पिऊया | चाखूया | आणूया | पाहूया |
|---|---|---|---|---|---|---|---|---|---|
| दूध | तूप | पूल | फूल | मूल | कापूस | कापूर | नाचूया | वाचूया | हसूया |

### Exercises

1. **Circle the letters च, छ, ज, झ in the following :**
   (1) ज ा ज म (2) झ र ा (3) च ह ा (4) छ त ा व र (5) ज ह ा ज (6) व ा च न
   (7) झ क प क.

2. **Circle the letters उ, ऊ, ए, ऐ in the following :**
   (1) ख ा ऊ (2) ऐ र ा व त (3) उ च ल (4) ए क (5) ऐ क (6) द ऊ त
   (7) ए क ा द शी (8) उ ज वा.

3. **Write each of the following words thrice :**
   (1) चल (2) ऊठ (3) ऐट (4) आई (5) रबर (6) धरण (7) भरव (8) मलम (9) सरस (10) मगन.

---

**Glossary**

**मळा**–farm; **उंच**–tall; **तांबडा**–red; **कापून**–after cutting; **पाहूया**–let us see. (Similarly **खाऊया, पिऊया, चाखूया, आणूया, नाचूया, वाचूया, हसूया**–let us eat, drink, taste, bring, dance, read, laugh); **रस**–juice; **गूळ**–jaggery; **दूध**–milk; **तूप**–ghee; **पूल**–bridge; **फूल**–flower; **मूल**–child; **कापूस**–cotton; **कापूर**–camphor.

# १३. गंमत जंमत (Fun and Frolic)

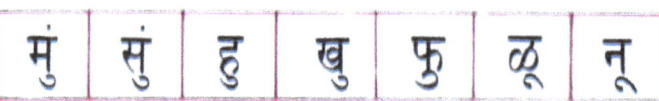

| | | | | | | |
|---|---|---|---|---|---|---|
| मुं | सुं | हु | खु | फु | ळू | नू |

आज, मुंबईहून काकू आली.
गंमत जंमत घेऊन आली.
आईसाठी छान छान साडी.
बाळूसाठी नवीन गाडी.
सुलूसाठी सुंदर बाहुली.
विनूकरिता फुगा गुलाबी.
फुगा उडाला आकाशी.
बाहुली खुदकन हसे कशी!

**Read and say :**

| | | | | | | | |
|---|---|---|---|---|---|---|---|
| गंमत | जंमत | सुंदर | फुगा | गुलाबी | बाहुली | खुदकन | उडाला |
| तुमचा | तुफान | झुबका | झुडूप | झुरळ | खुळखुळा | कुंकू | अंथरूण |

**Exercises**

**1. Write the following words. Circle the letters ट, ठ ड, ढ, ण in them :**

(1) ता ट (2) आ ण (3) ऊ ठ (4) ग ण प त (5) वा ढ (6) प क ड (7) प ट प ट (8) पी ठ.

**2. From the jumbled letters given below, prepare meaningful words and write them :**

(1) म क ल (2) ग छ न (3) ह र श (4) म ज ज (5) र म अ.

**Glossary**

**काकू**–aunt; **घेऊन आली**–brought; **छान**–nice; **गुलाबी**–pink; **फुगा**–baloon; **सुंदर**–beautiful; **बाहुली**–doll; **खुदकन**–suddenly; **खुळखुळा**–a rattle; **तुमचा**–your; **तुफान**–storm; **झुबका**–cluster; **झुडूप**–bush; **झुरळ**–cocroach; **कुंकू**–kumkum; **अंथरूण**–bed.

# १४. पाऊस (Rain)

| | | | | |
|---|---|---|---|---|
| सु | जू | रू | डू | वू |

जून महिना उजाडला.
शाळा सुरू झाली.
पाऊसही पडू लागला.
जमीन सारी भिजवू लागला.
नदीला आला महापूर.
पीकपाणी आता भरपूर.

**Read and say :**

| | | | | | | | | |
|---|---|---|---|---|---|---|---|---|
| उजाडला | सुरू झाली | | पडू लागला | | भिजवू लागला | | महापूर | भरपूर |
| ऊन | गुरुजी | दुपार | कुकर | कुलूप | सुरी | बूट | मूठ | फूट |

## Exercises

1. **Write the following words and circle the letters** त, थ, द, ध, न :

   (1) ध र ण (2) भ ज न (3) द ऊ त (4) न थ (5) गं म त (6) अ ह म द
   (7) भा र त (8) थ वा (9) म ध (10) अ न न स

2. **Write the meanings of the following words, in English :**

   (1) बाबा (2) मामा (3) आई (4) मावशी.

## Glossary

**महिना**–month; **उजाडला**–started; **सुरू झाली**–started; **पडणे**–to fall; **भिजवणे**–to drench; **पूर**–flood; **पीकपाणी**–crop; **भरपूर**–enough; **ऊन**–sunlight; **दुपार**–noon; **कुलूप**–lock; **मूठ**–fist; **सुरी**–knife.

## १५. भारत (India)

| अ–ए | द–दे | हे | ये | थे | डे | ठे | के | ने |

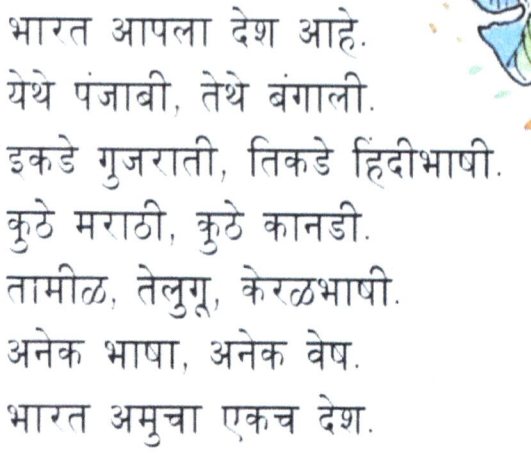

भारत आपला देश आहे.
येथे पंजाबी, तेथे बंगाली.
इकडे गुजराती, तिकडे हिंदीभाषी.
कुठे मराठी, कुठे कानडी.
तामीळ, तेलुगू, केरळभाषी.
अनेक भाषा, अनेक वेष.
भारत अमुचा एकच देश.

**Read and say :**

| देश | आहे | येथे | तेथे | इकडे | तिकडे | कुठे | तेलुगू | केरळ | अनेक |
| वेष | देव | शेत | केळे | फळे | जाळे | खेळ | खेळणे | देऊळ | ठेवणे | फेकणे |

### Exercises

1. Write the following words and circle the letters, प, फ, ब, भ, म :

    (1) प ल ं ग (2) न म न (3) फ ण स (4) पं जा ब (5) फ ळा (6) र ब र

    (7) आ प ला (8) भ र त (9) क म ळ (10) भ ज न.

2. Prepare meaningful words from the groups of jumbled letters given below :

    (1) द ब क (2) ण व र (3) मी ज न (4) र द सुं (5) रा टा ख.

---

**Glossary**

देश–country; येथे, इकडे–here; तेथे, तिकडे–there; कुठे–somewhere; अनेक–many; भाषा–language; वेष–dress; देव–god; शेत–farm; केळे–banana; जाळे–net; खेळणे–toy; देऊळ–temple; ठेवणे–to keep; फेकणे–to throw.

## १६. जेन (Jane)

| जे | ळे | ने | ले | डे | पे | घे | खे | गे |

जेन शाळेतून आली.
तिने हातपाय धुतले.
मग ती टेबलाकडे गेली.
तेथे तिने केळी, पेरू व केक पाहिले.
जेनने केक घेतला.
एक केळे व दूधही घेतले.
नंतर जेन खेळायला गेली.

**Read and say :**

| जेन | शाळेतून | तिने | टेबलाकडे | धुतले | केळी | पेरू |
| केक | पाहिले | घेतले | गेली | भेळ | शेव | वडे |
| रेडिओ | बेडूक | बेकरी | वेल | तेल | मासे |

### Exercises

1. Write the following words and circle the letters य, र, ल, व, श :
   (1) ब ल (2) र म ण (3) न य न (4) श म ा (5) व ज न (6) द श क (7) पि व ळा (8) ला ल.

2. Write the meanings of the following words in English :
   (1) भाषा (2) वेष (3) देश (4) देव.

3. Write the meanings of the following words in Marathi :
   (1) school (2) blackboard (3) lesson (4) bench.

---

**Glossary**

धुतले – washed; पेरू – guava; पाहिले – saw; घेतला – took; दूध – milk; नंतर – afterwards; खेळायला – for playing; बेडूक – frog; वेल – creeper; तेल – oil; मासे – fish.

## १७. पैज (A Bet)

| अ–ऐ | ख–खै | वै | बै | पै | है | मै |

खैरू : वैजू, हा माझा बैल हैबत.
वैजू : हा पाहा माझा गैबत.
खैरू : आपण बैलांना एक मैल पिटाळू.
वैजू : हे बघ घुंगरू. आपण पैज लावू.
खैरू : जिंकणारा बैल हे घुंगरू घेईल.
वैजू : चल तर. मैदानात जाऊ.

**Read and say :**

| खैरू | वैजू | बैल | हैबत | गैबत | पैज | मैदान | मैल |
| लैला | मैना | मैदा | पैसे | थैली | वैरण | वैमानिक | बैठक | पैगंबर |

### Exercises

Write the following words and circle the letters ष, स, ह, ळ, क्ष, ज्ञ :
(1) य ज्ञ (2) अ ह म द (3) न ळ (4) अ क्ष य (5) सं तो ष (6) स र का र
(7) पा ळ णा.

Prepare meaningful words from the following groups of jumbled letters :
(1) भा आ ळ (2) हा पा त य (3) वा ओ ळ (4) ऊ या खा.

From the alphabets स, न, ब, ऊ prepare three meaningful words.

### Glossary

बैल – bull; मैल – mile; पिटाळणे – to drive away; पैज लावणे – to bet; जिंकणारा – winner; घुंगरू – a series of jingling bells; मैदान – playground; मैदा – fine flour; पैसे – money; थैली – purse; वैरण – fodder; बैठक – meeting; वैमानिक – pilot.

# १८. सैनिक (A Soldier)

| सै | फै | दै |
|---|---|---|

मी भारताचा सैनिक आहे.
मी रणमैदानात लढतो.
बंदूक घेऊन मी फैरी झाडतो.
गनिमांची पार दैना करतो.
मी सैतानालाही भीत नाही.
मी भारताचे रक्षण करतो.

**Read and say :**

| | | | | | |
|---|---|---|---|---|---|
| सैनिक | रणमैदानात | फैरी | दैना | सैतानालाही | कैरी |
| कैदी | चैन | गैरसमज | ऐरण | ऐपत | वैरी |

### Exercises

1. **Write the following words and circle the letters ओ, औ, अं :**

   (1) अं ग ण (2) औ ष ध (3) औ त (4) ओ न म (5) अं बा री.

2. **Write the meanings of the following words in English :**

   (1) पाळणा (2) बाळ (3) पळ (4) राजा.

3. **Write the meanings of the following words in Marathi :**

   (1) yesterday (2) today (3) hand (4) leg.

### Glossary

**रणमैदान**–battlefield; **लढणे**–to fight; **फैरी झाडणे**–to fire (a gun); **गनीम**–enemy; **पार** – complete; **दैना करणे**–to ruin; **सैतान**–devil; **भिणे**–to fear; **रक्षण करणे**–to defend; **कैरी**–raw mango; **कैदी**–prisoner; **चैन**–enjoyment; **गैरसमज**–misunderstanding; **ऐरण**–anvil; **ऐपत**–ability, capacity; **वैरी**–enemy.

# १९. ओहळ (A Brook)

| अ–ओ | त–तो | को |
|---|---|---|

हा गावातील ओहळ.
ओहळ पिकांना पाणी देतो.
हा शेतांना ओलावा देतो.
डोंगरांवरील पाणी यात येते.
मग ओहळ भरून वाहतो.
पावसाळा संपतो तसा ओहळही आटतो.
कोकणात खूप ओहळ आहेत.

**Read and say :**

| ओहळ | देतो | ओलावा | कोकणात | डोंगरावरील | संपतो | आटतो |
|---|---|---|---|---|---|---|

| खोल | खोली | सोने | सोनार | होडी | कोबी | मोर | डोलणे |
|---|---|---|---|---|---|---|---|

### Exercises

1. **Write the following words :**
   (1) उखळ (2) चिमणी (3) पीटर (4) अहमद.
2. **Write the meanings of the following words in English :**
   (1) दिवा (2) मीठ (3) पीठ (4) पाऊस.
3. **Write the meanings of the following words in Marathi :**
   (1) ear (2) nose (3) sky (4) gown.

**Glossary**

**देणे**–to give; **ओलावा**–dampness; **डोंगर**–mountain; **भरून वाहणे**–to overflow; **संपणे**–to finish; **आटणे**–to dry up; **खोल**–deep; **खोली**–room; **सोने**–gold; **सोनार**–goldsmith; **होडी**–boat; **कोबी**–cabbage; **मोर**–peacock; **डोलणे**–to swing, to dance.

# २०. माझे अवयव (Parts of My Body)

| डो | तों | गो | बो | पो |

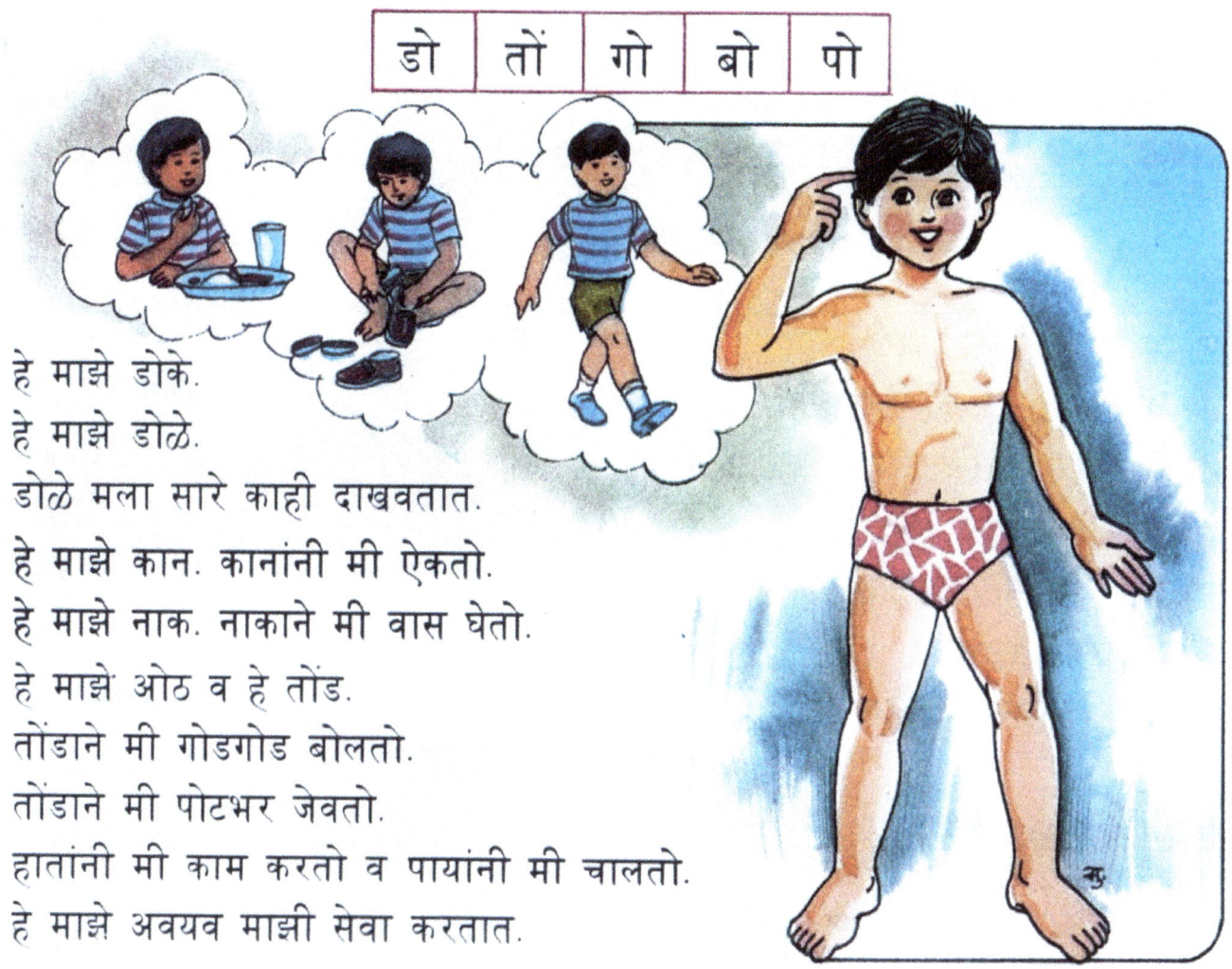

हे माझे डोके.

हे माझे डोळे.

डोळे मला सारे काही दाखवतात.

हे माझे कान. कानांनी मी ऐकतो.

हे माझे नाक. नाकाने मी वास घेतो.

हे माझे ओठ व हे तोंड.

तोंडाने मी गोडगोड बोलतो.

तोंडाने मी पोटभर जेवतो.

हातांनी मी काम करतो व पायांनी मी चालतो.

हे माझे अवयव माझी सेवा करतात.

**Read and say :**

| डोके | डोळे | ओठ | तोंड | गोडगोड | पोटभर |
|---|---|---|---|---|---|

| वास घेता | ऐकता | जेवतो | करतो | चालतो | चोर | चोरी |
|---|---|---|---|---|---|---|

| गोडी | गोरा | पोपट | समोर | आहोत | होता |
|---|---|---|---|---|---|

**Exercises**

1. Write the following words :
   (1) हसली (2) पळाली (3) शहाणी (4) पणती.

2. Write the meanings of the following words in English :
   (1) बिछाना (2) पिशवी (3) शासन (4) अज्ञान.

3. Prepare meaningful words from the following groups of jumbled letters :
   (1) णी पी पा क (2) पू भ र र (3) ज ती रा गु (4) ज व शि ली.

---

**Glossary**

डोके–head; डोळा–eye; सारे काही–everything; कान–ears; नाक–nose; ओठ–lips; तोंड–mouth; गोड–sweet; गोडी–liking; पोट–stomach, belly; अवयव–parts of body; चोर–thief; चोरी–theft; गोरा–fair looking; पोपट–parrot; समोर–in front of; जेवणे–to take meals; आहोत–are; होता–was; वास घेणे–to smell; ऐकणे–to hear; सेवा करणे–to serve.

## २१. हौद (A Tank)

| अ–औ | ग–गौ | चौ | कौ | हौ | मौ |

गौतम माझा सोबती आहे.
तो चौगुले शाळेत चौथीत आहे.
गौतमचे घर कौलारू आहे.
घरामागे एक चौक आहे.
चौकात चौकोनी हौद आहे.
हौदात पाणी भरतात.
हौदापाशी खेळायला मौज वाटते.

**Read and say :**

| गौतम | चौगुले | चौथीत | कौलारू | चौक | चौकोनी | हौद |
| मौज | औत | औषध | चौकस | चौकशी | चौकार | चौकट |

### Exercises

1. **Select one word from each group and make *four* sentences :**

| Group I | Group II |
|---------|----------|
| अमर | पकड |
| मगन | बघ |
| छगन | चल |
| कमल | हस |

Example : (1) अमर चल

2. **Give the meanings of the following words in Marathi :**

    (1) head (2) eyes (3) lips (4) stomach.

### Glossary

हौद – tank; सोबती – companion; चौथी – Std. IV; कौलारू – tiled; चौक – courtyard;
चौकोनी – rectangular; भरणे – to fill; औत – a plough with bullocks; औषध – medicine;
चौकस – curious; चौकशी – enquiry; चौकार – boundry (in cricket); चौकट – frame;
मौज वाटणे – to give pleasure.

# २२. दौलतचा गौरव (Felicitation of Daulat)

| दौ | नौ | फौ |

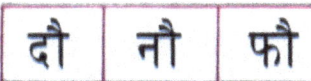

दौलत हा एक नौजवान आहे.
तो नौदलात सैनिक आहे.
एकदा तो चौपाटीवर गेला होता.
तेथे दोन खिसेकापू होते.
दौलतने दोघांनाही धरले.
चौकीवरून फौजदार आले.
फौजदारांनी खिसेकापूंना कैद केले.
पोलिसांनी दौलतचे कौतुक केले.
वाडीतील लोकांनी दौलतचा गौरव केला.

**Read and say :**

| दौलत | नौजवान | नौदल | चौपाटी | चौकी | फौजदार | कौतुक | गौरव |

| फौज | नौका | हौस |

## Exercises

From the words given below in three groups make *eight* different sentences :

| Group I | Group II | Group III |
|---|---|---|
| पीटर | | |
| हसन | कमळ | बघ |
| अहमद | | पकड |
| दशरथ | | |

Example : (1) पीटर कमळ पकड.

### Glossary

नौजवान – a young man; नौदल – navy; खिसेकापू – pickpockets; फौजदार – Police inspector; चौकी – police station; कैद करणे – to arrest; कौतुक करणे – to appreciate; गौरव करणे – to felicitate; फौज – army; नौका – boat; हौस – desire.

## २३. बाराखडी (The Characters of Letters)

गुरुजी : मुलांनो, हा फळा पाहा. आपणाला आता अ, आ, इ, ई लिहिता येते. क, ख, ग, घ हे लिहिता येतात. ही सारी मुळाक्षरे आपणाला लिहिता येतात.

पीटर : गुरुजी, क, ख चे **आकार**, **इकार** हेही मला येतात.

गुरुजी : छान! आपण मुळाक्षरांचे **आकार**, **इकार**, **उकार**, **एकार** हे सारे वाचायला शिकलो. आता ते सारे लिहिता आले पाहिजेत.

हमीद : गुरुजी, माझी बाराखडी तयार आहे. मी लिहून दाखवू?

गुरुजी : शाबास हमीद. मुलांनो, आता नाताळची सुटी आहे. घरी रोज चार-पाच अक्षरांची बाराखडी लिहीत जा. नाताळनंतर आपण बाराखडीवरून पुढचे लेखन शिकूया.

मुले : ठीक आहे, गुरुजी.

गुरुजी : चला तर. आता आपली भेट नाताळनंतर.

## बाराखडी

**वाचा आणि आपल्या वहीत लिहा :**

| अ | आ | इ | ई | उ | ऊ | ए | ऐ | ओ | औ | अं | अः |
|---|---|---|---|---|---|---|---|---|---|---|---|
| क | का | कि | की | कु | कू | के | कै | को | कौ | कं | कः |
| ख | खा | खि | खी | खु | खू | खे | खै | खो | खौ | खं | खः |
| ग | गा | गि | गी | गु | गू | गे | गै | गो | गौ | गं | गः |
| घ | घा | घि | घी | घु | घू | घे | घै | घो | घौ | घं | घः |
| च | चा | चि | ची | चु | चू | चे | चै | चो | चौ | चं | चः |
| छ | छा | छि | छी | छु | छू | छे | छै | छो | छौ | छं | छः |

| | | | | | | | | | | | |
|---|---|---|---|---|---|---|---|---|---|---|---|
| ज | जा | जि | जी | जु | जू | जे | जै | जो | जौ | जं | जः |
| झ | झा | झि | झी | झु | झू | झे | झै | झो | झौ | झं | झः |
| ट | टा | टि | टी | टु | टू | टे | टै | टो | टौ | टं | टः |
| ठ | ठा | ठि | ठी | ठु | ठू | ठे | ठै | ठो | ठौ | ठं | ठः |
| ड | डा | डि | डी | डु | डू | डे | डै | डो | डौ | डं | डः |
| ढ | ढा | ढि | ढी | ढु | ढू | ढे | ढै | ढो | ढौ | ढं | ढः |
| ण | णा | णि | णी | णु | णू | णे | णै | णो | णौ | णं | णः |
| त | ता | ति | ती | तु | तू | ते | तै | तो | तौ | तं | तः |
| थ | था | थि | थी | थु | थू | थे | थै | थो | थौ | थं | थः |
| द | दा | दि | दी | दु | दू | दे | दै | दो | दौ | दं | दः |
| ध | धा | धि | धी | धु | धू | धे | धै | धो | धौ | धं | धः |
| न | ना | नि | नी | नु | नू | ने | नै | नो | नौ | नं | नः |
| प | पा | पि | पी | पु | पू | पे | पै | पो | पौ | पं | पः |
| फ | फा | फि | फी | फु | फू | फे | फै | फो | फौ | फं | फः |
| ब | बा | बि | बी | बु | बू | बे | बै | बो | बौ | बं | बः |
| भ | भा | भि | भी | भु | भू | भे | भै | भो | भौ | भं | भः |
| म | मा | मि | मी | मु | मू | मे | मै | मो | मौ | मं | मः |
| य | या | यि | यी | यु | यू | ये | यै | यो | यौ | यं | यः |
| र | रा | रि | री | रु | रू | रे | रै | रो | रौ | रं | रः |
| ल | ला | लि | ली | लु | लू | ले | लै | लो | लौ | लं | लः |
| व | वा | वि | वी | वु | वू | वे | वै | वो | वौ | वं | वः |
| श | शा | शि | शी | शु | शू | शे | शै | शो | शौ | शं | शः |
| ष | षा | षि | षी | षु | षू | षे | षै | षो | षौ | षं | षः |
| स | सा | सि | सी | सु | सू | से | सै | सो | सौ | सं | सः |
| ह | हा | हि | ही | हु | हू | हे | है | हो | हौ | हं | हः |
| ळ | ळा | ळि | ळी | ळु | ळू | ळे | ळै | ळो | ळौ | ळं | ळः |
| क्ष | क्षा | क्षि | क्षी | क्षु | क्षू | क्षे | क्षै | क्षो | क्षौ | क्षं | क्षः |
| ज्ञ | ज्ञा | ज्ञि | ज्ञी | ज्ञु | ज्ञू | ज्ञे | ज्ञै | ज्ञो | ज्ञौ | ज्ञं | ज्ञः |

# २४. मी (I)

माझे नाव जोझिफ डिसोझा आहे.
मी राजारामपुरीत राहतो.
मला एक बहीण आहे. तिचे नाव मेरी.
मी सेंट टरिझा शाळेत शिकतो.
मी तिसरीत आहे.
आमचे शिक्षक चांगले शिकवतात.
ते मुलांवर खूप माया करतात.
मला ते फार आवडतात.
माझे वडील धंदा करतात व आई नोकरी करते.
मी व माझे कुटुंबीय सुखी आहोत.

## Exercises

**1. Answer the following in one word each :**

(1) माझे नाव काय? (2) मी कुठे राहतो?
(3) मेरी माझी कोण? (4) मी कितवीत आहे?
(5) माझे वडील काय करतात?

**2. Complete the following statements using suitable words from the brackets and write the completed sentences:**

(1) मी शाळेत .............. (भटकतो/शिकतो)
(2) माझे शिक्षक .............. (मारतात/माया करतात)
(3) मला शिक्षक .............. (आवडतात/रागावतात)

**3. जोझिफच्या घरात राहणारे तीन नातलग सांगा.**

**Glossary**

**नाव**–name; **राहणे**–to stay; **शिकवणे**–to teach; **चांगले**–good; **आवडणे**–to like; **धंदा**–business; **सुखी**–happy; **कुटुंबीय**–family members; **नातलग**– relatives.

# २५. माझा वाढदिवस (My Birthday)

आज माझा वाढदिवस आहे.
मी सकाळी लवकर उठलो.
दात घासले, तोंड धुतले व आंघोळ केली.
आईने मला गोड खीर खाऊ घातली.
आज शाळेत मी पेढे वाटले.
सायंकाळी माझे सोबती व नातलग घरी आले.
मला सुंदर फुले व छान खेळणी मिळाली.
आईने मला ओवाळले.
मी आई व बाबा यांना वंदन केले.
नंतर मी केक कापला व मेजवानी दिली.
अशा रीतीने वाढदिवसाला खूप मजा आली.

### Exercises

1. **Answer in one or two words each of the following :**
   (1) मी सकाळी काय घासले? (2) मी शाळेत मुलांना काय वाटले?
   (3) सायंकाळी आईने मला काय केले? (4) सायंकाळी मी काय कापले?

2. **Write the Marathi words which convey the following meaning :**
   (1) took bath (2) in the school (3) friends (4) toys.

3. **Write the English equivalents of the following Marathi words :**
   (1) मेजवानी (2) शिक्षक (3) नोकरी (4) आवडणे.

4. **Translate into Marathi :**
   I paid respects to mummy and daddy.

---

**Glossary**
आंघोळ–bath; नातलग–relatives; बक्षिसे–presents; मेजवानी–feast; वाटणे–to distribute; ओवाळणे–a religious ceremony with an oil lamp.

## २६. झेंडावंदन (Flag Salutation)

गौतम, जमशेद, जाफर, जोझिफ चला.
जेन, गौरी, अबिदा, मेरी लवकर या.
आज शाळेत झेंडावंदन आहे.

आपला भारत हा महान देश आहे.
आपला झेंडा तिरंगी आहे.
वर केशरी तर खाली हिरवा रंग.
मधला भाग पांढरा आहे.
तेथे निळे अशोकाचे चाक आहे.
चला, रांगेत उभे राहा.

आता गुरुजी झेंडा फडकवतील.
बोला, तिरंगी झेंडा झिंदाबाद!
भारतमाता की जय! जय हिंद!

**Exercises**

1. Answer the following in one or more words each :
   (1) आपला देश कोणता?
   (2) आज शाळेत काय आहे?
   (3) आपला झेंडा पाहा. वर कोणता रंग आहे?
   (4) झेंडा कोणी फडकविला?
2. **झेंडावंदनाला कोण कोण गेले होते?**
3. Write two slogans given after hoisting the flag.
4. Translate into Marathi :
   "Stand in a line."

---

**Glossary**

महान – great;  तिरंगी – tricolour;  केशरी – saffron;  रंग – colour;  रांग – line;  फडकवणे – to hoist.

## २७. राम (Ram)

राम हा दशरथ राजाचा मुलगा.
तो वनवासास गेला.
रामाची बायको सीता.
तीदेखील रामाबरोबर वनात गेली.
ती झोपडीत राहत व कंदमुळे खात.
तेथे राक्षस मुनींना छळत असत.
ते यज्ञांत अडथळे आणीत.
रामाने राक्षसांना ठार मारले.
राक्षसांचा राजा रावण यालाही ठार केले.
मुनींनी रामाला शाबासकी दिली.
नंतर राम राजधानीस परतला.
राम हा एक बलवान आणि दयाळू राजा होता.

### Exercises

1. **Answer in one word each :**
   (1) राम हा कोणाचा मुलगा होता ?
   (2) सीता ही रामाची कोण होती ?
   (3) वनवासात राम काय खात असे ?
   (4) मुनींना कोण छळत असत ?
   (5) राक्षसांचा राजा कोण ?
   (6) रामाला शाबासकी कोणी दिली ?

2. **Fill in the gaps and write the complete statements :**
   (1) राम ............ गेला.
   (2) राम ............ राहत असे.
   (3) राक्षस ............ अडथळे आणीत.
   (4) राम ............ परतला.

3. **Translate into Marathi :**
   "Ram was a strong king."

---

**Glossary**

वनवास – forest life;  बायको – wife;  झोपडी – hut;  कंदमुळे – roots and herbs;
मुनी – sage;  अडथळा आणणे – to obstruct;  ठार करणे – to kill;  राजधानी – capital;
बलवान – strong;  दयाळू – kind.

## २८. थोर पुरुष (Great Men)

या मराठी मुलखात अनेक थोर माणसे होऊन गेली. शिवाजी महाराज हे थोर राजे होते. ते गरिबांचे कैवारी होते.

जोतिबा फुले, गोपाळराव आगरकर, बाबासाहेब आंबेडकर या थोर पुरुषांनी मुलींचे शिक्षण व दलितांची सेवा यांकडे लक्ष दिले. बाबासाहेबांनी भारताची घटना तयार केली. महादेव गोविंद रानडे व गोपाळराव गोखले यांनी समाजाला जागे केले.

बाळ गंगाधर टिळक, दादाभाई नौरोजी, फिरोजशहा मेहता, वीर सावरकर यांनी देशभावना जागी केली. त्यांनी लेखनातून व भाषणातून लोकांना शिक्षण दिले.

या थोर पुरुषांना आपण वंदन करूया.

### Exercises

1. Name four great men from Maharashtra.
2. Fill in the gaps and write complete statements :
   (1) ………… यांनी भारताची घटना तयार केली.
   (2) ………… हे थोर राजे होते.
   (3) बाळ गंगाधर टिळक आणि दादाभाई नौरोजी यांनी ………… व ………… लोकांना शिक्षण दिले.
3. Write the meanings of the following in Marathi :
   (1) Soldier (2) Navy (3) Army.
4. Translate into Marathi :
   "Let us pay our respects to these great men."

---

### Glossary

मराठी मुलूख–Maharashtra; दलित–downtrodden; घटना–constitution; कैवारी–benefactor; जागे करणे–to awaken; देशभावना–patriotism; लेखन–writing; भाषण–speech.

## २९. शहाणे बकरे (Wise Goats)

एक लहान गाव होते. गावातून नदी वाहत होती. नदीवर फळीचा अरुंद पूल होता. एकदा एक बकरा एका तीरावरून निघाला. दुसरा बकरा दुसरीकडून निघाला. ते पुलावर मधोमध आले. फळीवरून एकावेळी एकजणच जाऊ शकत असे. एक बकरा खाली बसला. दुसरा बकरा उडी मारून पलीकडे गेला. नंतर पहिला बकरा उठला व तोही चालू लागला. अशा रीतीने, समंजसपणा दाखवून दोघांनीही तो पूल पार केला.

जरा वेळाने दोन तीरांवरून दोन लांडगे आले. आपणास पलीकडे जाता यावे, याकरिता ते एकमेकांशी भांडू लागले. शेवटी ते मारामारी करू लागले. फळी फारच अरुंद होती. मारामारी करता करता, दोघेही पाय घसरून नदीत पडले व बुडून मेले.

### Exercises

1. Answer the following in one word each :
   (1) नदीवर कशाचा पूल केला होता?  (2) बकरे पुलावर एकमेकांस कुठे भेटले?
   (3) बकरे कसे होते?  (4) फळी कशी होती?

2. Fill in the gaps and write complete statements :
   (1) फळीवरून एकावेळी ............ जाऊ शकत असे.
   (2) दुसरा बकरा ............ पलीकडे गेला.
   (3) ............ नदी ओलांडून पलीकडे गेले.
   (4) ............ नदीत पडले व बुडून मेले.

3. Prepare meaningful words from the following jumbled letters :
   (1) ष पु रु   (2) ई दा भा दा   (3) क ता र त   (4) व क शि त ता.

---

**Glossary**

पूल – bridge; समंजस – sensible; बकरा – goat; लांडगा – wolf; फळी – plank; मधोमध – at the centre; भांडणे – to quarrel; मारामारी – fighting; घसरणे – to slip; बुडणे – to sink, to be drowned; अरुंद – narrow.

# ३०. लपंडाव (Hide and Seek)

आज शाळेला सुटी होती. मग काय! मजाच मजा. पीटर, हुसेन, मेनन व शेखर दुपारी खेळायला आले. लपंडाव खेळायचे ठरले.

पकडणारा होता शेखर. बाकी सारे लपणार होते. पीटर खिडकीमागे लपला. हुसेन पलंगाखाली लपला. मेनन दारामागे लपला तर मी पिंपात लपलो.

शोधता शोधता शेखरला हुसेनचा पाय दिसला. शेखरने हुसेनला पकडले. आता हुसेनवर पाळी आली. अशा रीतीने सारेजण खूप खेळलो.

खेळून खेळून माझे सोबती खूप दमले. मग आईने व ताईने या खेळाडूंना बटाटेवडे व दूध दिले.

### Exercises

1. **Fill in the blanks and write complete sentences :**
   (1) आज शाळेला ............ होती.   (2) मुलांनी ............ खेळावयाचे ठरवले.
   (3) मेनन ............ लपला.   (4) आईने खेळाडूंना ............ व ............ दिले.

2. **Answer the following in one or more words :**
   (1) दुपारी खेळायला कोण कोण आले?   (2) पीटर कुठे लपला?
   (3) हुसेनला कोणी पकडले?   (4) हुसेन कुठे लपला होता?

3. **Translate the following into Marathi :**
   (1) Shekhar was the seeker.
   (2) My friends became tired.

---

**Glossary**

ठरणे–to be decided;   पेटी–box;   पिंप–drum;   पाळी–turn;   सारेजण–all of us;
दमणे–to become tired,   अशा रीतीने–in this way.

# ३१. दसरा (Dasera)

दसरा हा एक मोठा सण आहे. या दिवशी शाळेत शारदापूजन करतात. शारदा ही ज्ञानाची देवता आहे. याच दिवशी रामाने रावणाला मारले व सीतामाईची सुटका केली. याकरिता लोक हा सण साजरा करतात.

या दिवशी सकाळी दारावर तोरण लावतात. दुपारी खीर, बासुंदी, दूधपाक असे गोड जेवण करतात.

सायंकाळी लोक देवळात जातात. देवाला पालखीतून गावाबाहेर नेतात. देवाला पाने वाहतात. या दिवशी या पानांना सोने समजतात. लोकही एकमेकांना हे सोने देऊन शुभचिंतन करतात.

सोने देऊन लोक घरी परततात. मग घरातील बायका या लोकांना ओवाळतात. दसरा हा सण सबंध भारतात साजरा केला जातो.

## Exercises

**1. Fill in the blanks and write complete sentences :**

(1) दसरा हा एक ............... आहे. (समारंभ/सण)

(2) शाळेत शारदेचे ............... करतात. (पूजन/भजन)

(3) सकाळी दारावर ............... लावतात. (वरण/तोरण)

(4) लोक ............... देऊन शुभचिंतन करतात. (सोने/मोती)

**2. Answer the following in one or more words each :**

(1) शारदा ही कोण आहे?
(2) सीतामाईची सुटका कोणी केली?
(3) लोक देवळात कधी जातात?
(4) दसरा हा सण कोठे साजरा केला जातो?

**3. Give in Marathi the names of any three sweet dishes.**

### Glossary

**सण**–festival; **शारदा**–Saraswati–the goddess of learning; **पूजन**–worship; **देवता**–goddess; **सुटका करणे**–to set free; **साजरा करणे**–to celebrate; **वाहणे**–to offer; **तोरण लावणे**–to decorate with garlands of flowers and leaves; **पालखी**–a palanquin; **शुभचिंतन करणे**–to greet; **एकमेकांना**–to each other.

# ३२. देवाचे देणे (A Gift from the God)

देवा, तुझे किती सुंदर आकाश,
   सुंदर ते ढग पाणी देती.
सुंदर तारका, चांदोबा सुंदर,
   चांदणे सुंदर पडे येथे.
सुंदर ही झाडे, सुंदर पाखरे,
   किती गोड बरे गाणे गाती.
सुंदर वेलींची सुंदर ही फुले,
   तशीच ही मुले देवा तुझी!

**Exercises**

1. Answer the following in one word each :
   (1) आकाश कसे आहे?   (2) ढग काय देतात?
   (3) चांदोबा काय देतो?   (4) गोड गाणी कोण गातात?

2. Remember the poem and write down the following lines from memory :
   (1) सुंदर तारका, ............ ............
       ............ ............ पडे येथे
   (2) सुंदर वेलींची ............ ............
       ............ ............ देवा तुझी!

3. Write the meanings of the following in Marathi :
   (1) God (2) beautiful (3) water (4) flower (5) creeper.

4. Translate into Marathi :
   (1) "Oh! God, your sky is beautiful."
   (2) "Birds sing melodious songs."

---

**Glossary**

तारका – stars; चांदोबा – the moon; चांदणे – moonlight; पाखरे – birds.

# ३३. नाच रे मोरा (Dance, Peacock Dance)

नाच रे मोरा, रानावनातून,
नाच रे मोरा, नाच.
ढगांशी वारा झुंजला रे
काळा काळा कापूस पिंजला रे
आता तुझी पाळी, वीज देते टाळी,
फुलव पिसारा, नाच.
नाच रे मोरा, रानावनातून,
नाच रे मोरा, नाच.

### Exercises

1. **Answer the following in one or more words :**
   (1) मोर काय करीत आहे?  (2) काळा काळा कापूस कोण?
   (3) वारा कोणाबरोबर झुंजला?  (4) टाळी कोण देते?

2. **Memorise the poem and write the following lines from memory :**
   (1) ढगांशी ........................................ पिंजला रे
   (2) आता तुझी ........................................ नाच.

3. **Write the meanings of the following words into Marathi :**
   (1) dance (2) cloud (3) peacock (4) forest.

4. **Translate the following into Marathi :**
   (1) A peacock dances in the forest.
   (2) Dark clouds give rain.

---

**Glossary**

झुंजणे – to struggle;  पिंजणे – to card;  टाळी – clap;  वीज – lightning;  फुलवणे – to spread;  पिसारा – plumage.

## ३४. मुलाची मागणी (A Child's Demand)

आई, मला छोटीशी बंदूक दे ना !
बंदूक घेऊन ऐटीत चालीन;
एक, दो, एक.

आई, मला छोटीशी तरवार दे ना !
तरवार घेऊन चोरांना कापीन;
सप, सप, सप.

आई, मला छोटीशी मोटार दे ना !
मोटार घेऊन गावाला जाईन;
पों, पों, पों.

आई मला छोटेसे विमान दे ना !
पायलट होऊन आकाशी जाईन;
भुर, भुर, भुर.

### Exercises

1. Answer the following in one word each :
    (1) बंदूक घेऊन मुलगा कसा चालेल?
    (2) तरवार घेऊन मुलगा कोणाला कापणार आहे?
    (3) मोटार घेऊन मुलगा कुठे जाणार आहे?
    (4) विमान चालवतो चालवतो तो कोण?
2. Translate into Marathi :
    (1) I want a small sword. (2) Mother, give me a small aeroplane.
3. Arrange the following letters properly to make meaningful words :
    (1) र मो टा  (2) ट पा ल य  (3) र वा र त  (4) का आ श.

---

**Glossary**

छोटीशी – small;  बंदूक – gun;  तरवार – sword;  चोर – thief;  विमान – aeroplane;
आकाशी, आकाशात – in the sky.

## ३५. अंकांचा खेळ (Fun with Numbers)

एक, दोन, तीन, चार.
    विकास शाळेतील मुले हुशार.

पाच, सहा, सात, आठ.
    अंक आमचे तोंडपाठ.

नऊ, दहा, अकरा, बारा.
    फिरायला जाऊन खाऊ वारा.

तेरा, चौदा, पंधरा, सोळा.
    खेळायला झाली मुले गोळा.

सतरा, अठरा, एकोणीस, वीस.
    पुरे बुवा, झालो आता कासावीस.

### Exercises

1. Answer the following in one word each :
   (1) विकास शाळेतील मुले कशी आहेत?
   (2) मुले फिरायला जाऊन काय खाणार आहेत?
   (3) मुले कशाकरिता गोळा झाली आहेत?
2. Write Marathi words for the following numbers :
   (1) 7  (2) 11  (3) 15  (4) 19.
3. Translate into Marathi :
   (1) The students of St. Joseph School are intelligent.
   (2) The children go for a walk.

---

### Glossary & Numerals

एक (१) – 1; दोन (२) – 2; तीन (३) – 3; चार (४) – 4; पाच (५) – 5; सहा (६) – 6; सात (७) – 7; आठ (८) – 8; नऊ (९) – 9; दहा (१०) – 10; अकरा (११) – 11; बारा (१२) – 12; तेरा (१३) – 13; चौदा (१४) – 14; पंधरा (१५) – 15; सोळा (१६) – 16; सतरा (१७) – 17; अठरा (१८) – 18; एकोणीस (१९) – 19; वीस (२०) – 20; तोंडपाठ – on the tip of tongue; कासावीस होणे – to feel tired.

## ३६. ओळख (Acquaintance)

बलबीर : ए, तू सेंट मायकेल शाळेत आहेस ना?
इंदर : तुला कसे कळले?
बलबीर : अरे, तुझा गणवेशच सांगतो आहे. मीही तेथेच जातो.
इंदर : असं! तू कितवीत आहेस?
बलबीर : मी चौथीत आहे. तू?
इंदर : मी तिसरीत शिकतो. बरं, तू राहतोस कुठे?
बलबीर : मी माहीमला कलानिकेतन सोसायटीत राहतो.
इंदर : छान! मी पण शेजारीच यशोधन सोसायटीत राहतो.
बलबीर : बरं झालं ओळख झाली ती. आपण बरोबरच शाळेत जाऊ.
इंदर : बरं. मग सोमवारी सकाळी भेटू. बाय, बाय.

### Exercises

1. Answer the following in one or more words :
   (1) या पाठात कोण कोण बोलत आहेत?
   (2) बलबीर कितवीत आहे?
   (3) इंदर कुठे राहतो?
2. Write the meanings of the following words in Marathi :
   (1) uniform (2) on Monday (3) in Std. IV.
3. Translate into Marathi :
   (1) I stay at Mahim. (2) I learn in St. Xavier School.
4. From the jumbled words given below make correct sentences :
   (1) वाचतो मराठी मी (2) मराठी आवडते मला.

---

### Glossary

कळणे – to know; कितवीत – in which standard; बरोबर – together; शेजारी – neighbouring.

# ३७. बाजारहाट (Marketing)

मेरी : ममी, आज बाजारात मी येऊ?

ममी : चल. पिशवी घे बरोबर. मी पैसे घेते.

मेरी : ममी, हा कोण आहे?

ममी : हा फळवाला आहे. बाबाजी, एक डझन केळी आणि एक किलो सफरचंदे बांधा.

बाबाजी : बाई, चिकू, मोसंबी, आंबे चांगले आहेत. देऊ का?

ममी : नको रे बाबा. हे घे पैसे. आता मला दाजीबाकडे भाजी बघायची आहे.

दाजीबा : या बाई. आज काय देऊ? ओला वाटाणा ताजा आहे. कोबी, भेंडी, मुळा, गाजरेही चांगली आहेत.

ममी : दाजीबा, एक किलो वाटाणा आणि पाव किलो भेंडी घाला.

मेरी : ममी, आज पपा बाहेर जेवणार आहेत. जोसेफही घरी नाही. मग आज मासळी नको.

ममी : चल तर. घरी जाऊया.

### Exercises

1. **Answer the following in complete sentences :**
   (1) मेरी कोणाबरोबर बाजारात गेली?
   (2) ममीने कोणाकडून फळे घेतली?

2. **Answer the following in one or more words each :**
   (1) ममीने कोणती फळे घेतली? (2) बाबाजीकडे कोणती फळे होती?
   (3) ममीने किती वाटाणा घेतला? (4) बाहेर कोण जेवणार होते?

3. **Write the names of four vegetables in Marathi. Write their meanings in English.**

### Glossary

**फळवाला**–fruit seller; **सफरचंद**–apple; **मोसंबी**–sweet lime; **ओला वाटाणा**–green peas; **भेंडी**–lady's finger; **मुळा**–radish; **मासळी**–fish; **पैसे**–money.

# ३८. सहल (A Picnic)

बाई : मुलांनो, शनिवारी आपण सहलीला जाणार आहोत. सकाळी ८ वाजता बसने निघू व जिजामाता बागेत जाऊ.

लतीफ : बरं बाई, मी गट पाडतो आणि गटनायक निवडतो.
(जिजामाता बागेत सारी मुले पोहोचतात.)

जमशेद : बाई, अगोदर आपण बगीचा पाहू. मग डबा खाऊ. नंतर पशू आणि पक्षी पाहू.

बाई : चालेल. ही बाग पाहा. ही उंच झाडे पाहा. तो वड, हा पिंपळ, ती अशोकाची रांग पाहा.

मेरी : बाई, ते पाहा गुलाब. रंग तरी किती? पिवळा, केशरी, लाल, जांभळा, पांढरा. बघून बरं वाटतं, नाही?

वसंत : बाई, आता भूक लागली. आपण हिरवळीवर बसून डबे खाऊया. इकडे नळही आहे. (मुले हातपाय धुतात व डबे खातात.)

बाई : चला, आता पशू आणि पक्षी पाहूया.

रमेश : लतीफ, ही माकडे बघ. यांना आपण उरलेला खाऊ घालूया.

मेनन : हे पाहा, इकडे मोर कसे छान नाचताहेत! तिकडे पोपट आणि कितीतरी रंगीबेरंगी पक्षी आहेत.

वनिता : तो वाघ पाहा, कसा ओरडतो आहे! ही हरणे तर मला फार आवडतात.

बाई : आणखी कितीतरी पशू आहेत; पण आता चार वाजले. चला आपण परत जाऊ.

मुले : बाई, किती मजा आली नाही? परत आपण एकदा येऊया.

### Exercises

1. **Name the following in Marathi :**
    (1) Two tall trees (2) Three birds (3) Four colours.
2. **From the jumbled words given bellow make correct sentences :**
    (1) लागली भूक मला (2) आवडतात हरणे फार मला.

---

**Glossary**

निघणे–to start; गट पाडणे–to divide into groups; गटनायक–group leader; पोहोचणे–to reach; निवडणे–to select; अगोदर–first; बाग, बगीचा–garden, park; पशू–animals, beasts; डबा खाणे–to take lunch; जांभळा–violet; भूक लागणे–to feel hungry; हिरवळ–lawa; वड–banyan tree; माकड–monkey; पोपट–parrot; रंगीबेरंगी–colourful; वाघ–tiger.

www.ingramcontent.com/pod-product-compliance
Lightning Source LLC
Chambersburg PA
CBHW061105070526
44579CB00011B/147
*9781956679120*